www.sachildrensbooks.com
Copyright©2013 by Inna Nusinsky Shmuilov
innans@gmail.com

All rights reserved. No part of this book may be reproduced in any form or by any electronic or mechanical means, including information storage and retrieval systems, without written permission from the publisher or author, except in the case of a reviewer, who may quote brief passages embodied in critical articles or in a review.

First edition, 2016

I Love to Sleep in My Own Bed (Tagalog English Bilingual Edition)/ Shelley Admont
ISBN: 978-1-77268-232-8 paperback
ISBN: 978-1-77268-621-0 hardcover
ISBN: 978-1-77268-231-1 eBook

Please note that the Tagalog and English versions of the story have been written to be as close as possible. However, in some cases they differ in order to accommodate nuances and fluidity of each language.

Although the author and the publisher have made every effort to ensure the accuracy and completeness of information contained in this book, we assume no responsibility for errors , inaccuracies, omission, inconsistency, or consequences from such information.

Para sa mga pinakamamahal ko-S.A.
For those I love the most-S.A.

Si Jimmy ay isang batang kuneho na nakatira sa kagubatan. Masaya silang namumuhay sa isang magandang bahay kasama ang kanyang nanay, tatay, at dalawang nakatatandang kapatid na kuneho.

Jimmy, a little bunny, lived with his family in the forest. He lived in a beautiful house with his mom, dad, and two older brothers.

Ayaw matulog ni Jimmy sa kanyang sariling kama. Isang gabi, pagkatapos magsepilyo ng kanyang ngipin at bago matulog, tinanong ni Jimmy ang kanyang nanay, "Nanay, pwede po ba akong matulog sa kwarto ninyo? Ayokong matulog sa kama ko na mag-isa."

Jimmy didn't like to sleep in his own bed. One night, he brushed his teeth and before going to bed, he asked his mom, "Mom, can I sleep in your bed with you? I really don't like sleeping in my bed alone."

"Anak," sabi ng nanay kuneho, "lahat ay may sariling kama, kaya kailangan mong matulog sa sarili mong kama."

"Sweetie," said Mom, "everyone has his own bed, and your bed suits you just right."

"Pero nanay, ayaw ko sa kama ko," sagot ni Jimmy. "Gusto kong matulog sa kama ninyo."

"But, Mom, I don't like my bed at all," answered Jimmy. "I want to sleep in your bed."

"Sige, ganito ang gagawin natin," sabi ni nanay kuneho, "Pupunta ka sa kama mo, yayakapin kita at babasahan ng kweto kasama ng mga kuya mo para makatulog kayo. Pagkatapos ay hindi ako aalis sa tabi mo hanggang sa makatulog ka."

"Let's do this," said Mom, "you get into your bed, and I'll hug you, tuck you in, and read you and your brothers a story. Then, I'll give you a kiss and sit with you until you fall asleep."

At ganoon nga ang nangyari. Binasahan ni nanay kuneho ng kwentong pambata ang kanyang tatlong anak na kuneho hanggang sa makatulog sila.

Mom hugged Jimmy and read a bedtime story to her three children. During the story, the children fell asleep.

Dahan dahan siyang tumayo at humalik sa tatlong batang kuneho bago bumalik sa kwarto nila.

Mom gave all of them a goodnight kiss and went to sleep in her bed in her room.

Ngunit sa kalagitnaan ng gabi, nagising is Jimmy nang wala sa tabi niya ang nanay kuneho nila.

In the middle of the night, Jimmy woke up. He sat up in bed, looked around, and saw that Mom wasn't next to him.

Bumangon Jimmy at kinuha niya ang kumot at unan niya. Pumunta siya sa kwarto nina nanay at tatay kuneho at humiga sa tabi nila. Niyakap ni Jimmy ang nanay kuneho niya at nakatulog na siya doon.

Then, he got out of bed, took his pillow and blanket, and sneaked quietly into Mom and Dad's room. He got into their bed, hugged Mom, and fell asleep.

Nang sumunod na gabi, nagising ulit si Jimmy at kinuha niya ulit ang kumot at unan niya para lumipat sa kwarto ni nanay at tatay kuneho.

The next night, Jimmy woke up again. He took his pillow and blanket, and tried to leave the room like the night before.

Pero biglang nagising ang pangalawa niyang kuya.

But just then, his middle brother woke up.

"Jimmy, saan ka pupunta?" sabi ni kuya kuneho.

"Jimmy, where are you going?" he asked.

"Ah, ahh…," nabulol si Jimmy, "wala kuya, sige matulog ka na ulit."

"Ah, ahh…," Jimmy stuttered, "nowhere. Go back to sleep."

Pagkatapos ay mabilis siyang tumakbo papunta sa kwarto ng nanay at tatay kuneho niya at doon ulit natulog.

He quickly ran to his mom and dad's room. He sneaked into their bed and pretended to sleep.

Nagtaka ang kapatid ni Jimmy kung anong nangyayari. Sinundan niya si Jimmy at nalaman niyang natutulog ito sa kwarto ni tatay at nanay kuneho.

But his middle brother was wide awake. When he discovered that Jimmy was sleeping in their mom and dad's bed, he was very upset.

Ganoon pala! Nasabi niya sa isip niya. Kung pwedeng matulog si Jimmy sa tabi ni nanay kuneho at tatay kuneho, gusto ko rin! At tumalon nga ang pangalawang kuneho sa kama nina tatay at nanay kuneho.

So that's the way it is, is it? he thought. If Jimmy is allowed, then I want to also. With that, he got into their parents' bed as well!

Nagising si nanay kuneho dahil sa ingay ng dalawang batang kuneho. Nakita niya na mahimbing na natutulog sa tabi nila ang kanyang dalawang anak. Umusog siya ng kaunti para mabigyan ng espasyo ang mga anak at makatulog ng maayos.

Mom heard the strange noises, opened her eyes, and saw the two children in bed. She made room for them in the bed, by making do with a small corner of the bed for herself.

Nasa ganoong posisyon sila buong magdamag.

Again, they slept like that the whole night until the morning.

Sa ikatlong gabi, ganoon ulit ang nangyari. Nagising si Jimmy para lumipat sa kwarto ng magulang niya at sinundan ulit siya ng kanyang kapatid. Pareho nilang dala ang kanya-kaniyang kumot at unan.

On the third night, the same thing happened. Jimmy woke up, took his pillow and blanket, and went to his parents' room. His brother followed him again and got into their parents' bed together with his pillow and blanket.

Pero sa pagkakataong iyon, nagising din ang panganay na kuneho.

But this time, the oldest brother also woke up.

Parang may mali rito. Sabi ni kuya kuneho sa sarili. Sinundan niya ang dalawang nakababatang kapatid at nakita niyang natutulog ang mga ito sa kwarto ng nanay at tatay kuneho niya.

Something's not right here, he thought to himself and followed his two younger brothers to Mom and Dad's room.

Nagselos ang panganay na kuneho sa kanyang nakita. Nakakainggit!

When he saw his two brothers sleeping together with Mom and Dad, he was very jealous.

Gusto ko ring matulog sa tabi ni nanay at tatay kuneho. Sa isiping iyon, mabilis siyang tumalon sa kama ng mga magulang niya.

I also want to sleep in Mom and Dad's bed, he thought and quietly jumped into the bed.

Nasa iisang kama lamang sila natulog nang gabing iyon. Hindi ito naging madali sa nanay at tatay kuneho. Napakasikip ng kama at magdamag silang nahirapan sa pagtulog, galaw dito, galaw doon.

It was really uncomfortable. Mom and Dad didn't rest the whole night. Tossing and turning, they tried to find the most comfortable way to sleep.

Maging ang tatlong batang kuneho ay nahirapan din.

It wasn't easy for the little bunnies either. They turned over and over in the bed until it was almost morning.

Nang mag-uumaga na, biglang… Krak!… Boom!… bumigay ang kama at nasira.

Then suddenly…Boom! …Bang! …the bed broke!

"Anong nangyari?!" sigaw ni Jimmy nang bigla siyang nagising sa pagkakahulog.

"What happened?" Jimmy shouted as he woke up right away.

"Ano na ang gagawin natin ngayon?" malungkot na sabi ni nanay kuneho.

"What are we going to do now?" said Mom sadly.

"Gagawa tayo ng bagong kama," sabi ni tatay kuneho, "Pagkatapos mag-almusal, pupunta tayo sa kagubatan para manguha ng kahoy."

"We'll have to build a new bed," Dad announced. "After breakfast, we'll go to the forest and start working."

Pagkatapos nilang mag-almusal, pumunta nga sa kagubatan ang mag-anak na kuneho upang manguha ng kahoy.

After breakfast, the whole family went to the forest to build a new bed.

Nang sapat na ang mga kahoy, gumawa sila ng malaki at matibay na kama. Ngunit wala pa itong kulay at dekorasyon.

After a whole day's work, they had made a big, strong bed out of wood. The only thing left to do was decorate it.

"*Pipinturahan na namin ni tatay kuneho ang bagong kama ng kulay brown,*" sabi ni nanay kuneho, "*At habang nagpipintura kami, pinturahan niyo na rin ang mga kama ninyo. Kayo na ang mamili ng kulay.*"

"We've decided to paint our bed brown," said Mom, "and while we're painting our bed, you can repaint your beds whatever colors you like."

"Gusto ko asul!" masiglang sabi ng panganay na kuneho at madaling tumakbo upang pinturahan ang kama.

"I want blue," said the oldest brother with excitement and ran to paint his bed blue.

"Ako naman berde!" sabi naman ng pangalawang anak na kuneho at madali din kinuha ang pintura.

"And I choose the color green," said the middle brother happily.

Samantala, kinuha ni Jimmy ang kulay pula at dilaw na pintura at pinaghalo ang mga ito. Nagawa niya ang paborito niyang kulay **na dalandan.**

Jimmy took the color red and the color yellow. He mixed the red with the yellow and made his favorite color…**orange!**

Sinimulan na niyang pinturahan ang kanyang kama ng kulay dalandan.

He painted his bed orange and decorated it with red and yellow stars.

Pagkatapos niyon, masaya siyang tumakbo papunta sa kanyang nanay kuneho. "Nanay, tignan mo ang maganda kong kama! Gustong gusto ko ito! Gusto ko laging matulog dito gabi-gabi."

After he finished, he ran to Mom and proudly shouted, "Mom, look at my beautiful bed! I love my bed so much. I want to sleep in it every night."

Napangiti si nanay kuneho sa sinabi ni Jimmy.

Mom smiled and gave Jimmy a big hug.

Magandang gabi, Jimmy!
Goodnight, Jimmy!

www.ingramcontent.com/pod-product-compliance
Lightning Source LLC
Chambersburg PA
CBHW051300110526

44589CB00025B/2899